Paka Na Sanduku

Imeandikwa na Library For All
Imechorwa na Anamika Gautam

Library For All Ltd.

Paka ana sanduku.

Paka yuko kwenye sanduku.

Paka yuko juu ya sanduku.

Paka yuko pembeni
mwa sanduku.

Paka yuko mbele ya sanduku.

Paka yuko nyuma ya sanduku.

Je, paka yuko wapi?

Paka?

Yupo hapo!

Kuhusu Wachangiaji

Library For All hufanya kazi na waandishi na wachoraji kutoka duniani kote ili kutengeneza hadithi mbalimbali, zinazofaa na za ubora wa juu kwa wasomaji wachanga. Tembelea libraryforall.org upate habari mpya kuhusu matukio ya waandishi na semina, vigezo vya uwasilishaji wa hadithi na fursa nyingine zenye ubunifu.

Je, ulifurahia kitabu hiki?

Tuna mamia ya hadithi za asili zilizoratibiwa kwa ustadi zaidi unazoweza kuchagua.

Tunafanya kazi kwa ushirikiano na waandishi, waelimishaji, washauri wa kitamaduni, serikali na mashirika yasiyo ya kiserikali ili kuleta furaha ya kusoma kwa watoto kila mahali.

Ulijua?

Tunaleta mchango mkubwa kimataifa katika nyanja hizi kwa kukumbatia Malengo ya Maendeleo Endelevu ya Umoja wa Mataifa.

Unasoma Ngazi ya 1

Mwanafunzi - Wasomaji wanaoanza

Anza safari yako ya kusoma kwa maneno mafupi, mawazo makubwa na picha nyingi.

Ngazi ya 1 - Wasomaji wanaoibukia

Ongeza kiwango chako cha kusoma kwa maneno zaidi, sentensi rahisi na picha za kusisimua.

Ngazi ya 2 - Wasomaji wenye uchu/hamu

Furahia wakati wako wa kusoma kwa maneno yanayojulikana, lakini yenye sentensi ngumu.

Ngazi ya 3 - Wasomaji wanaoendelea

Endeleza ujuzi wako wa kusoma hadithi zenye ubunifu na baadhi ya misamiati yenye changamoto.

Ngazi ya 4 - Wasomaji fasaha

Ongeza ujuzi wako wa kusoma simulizi za kufurahisha, maneno mapya na mambo ya kweli ya kufurahisha.

Ngazi ya 5 - Wasomaji wadadisi

Gundua ulimwengu wako kupitia sayansi na hadithi.

Ngazi ya 6 - Wasomaji bora zaidi

Chunguza ulimwengu wako kupitia sayansi na hadithi.

Paka Na Sanduku

Tolea hili limechapishwa 2024

Imechapishwa na Library For All Ltd
Barua pepe: info@libraryforall.org
URL: libraryforall.org

Huu mradi uliwashilishwa kwa msaada wa Edmund Rice Foundation huko Australia.

Michoro asilia imechorwa na Anamika Gautam

Paka Na Sanduku
Library For All
ISBN: 978-1-923339-04-0
SKU04538

www.ingramcontent.com/pod-product-compliance
Lightning Source LLC
Chambersburg PA
CBHW042348040426
42448CB00019B/3459